My Mom is Awesome
Ang Aking Nanay ay Kamangha-mangha

by
Shelley Admont

Illustrated by
Amy Foster

www.kidkiddos.com
Copyright©2014 by S.A. Publishing ©2017 by KidKiddos Books Ltd.
support@kidkiddos.com
All rights reserved. No part of this book may be reproduced in any form or by any electronic or mechanical means, including information storage and retrieval systems, without written permission from the publisher or author, except in the case of a reviewer, who may quote brief passages embodied in critical articles or in a review.
Second edition, 2020

Translated from English by Melissa S. Lobo
Isinalin mula sa wikang Ingles ni Melissa S. Lobo

Library and Archives Canada Cataloguing in Publication Data
My mom is awesome (Tagalog Bilingual Edition)/ Shelley Admont
ISBN: 978-1-5259-2280-0 paperback
ISBN: 978-1-77268-718-7 hardcover
ISBN: 978-1-77268-716-3 eBook

Please note that the Tagalog and English versions of the story have been written to be as close as possible. However, in some cases they differ in order to accommodate nuances and fluidity of each language.

For my awesome kids-S.A.

Para sa mga kamangha-mangha kong mga anak-S.A.

Hi, it's me, Liz.
Pagbati! Ako ito, si Liz.

Did you know my Mom is awesome?
Alam mo bang kamangha-mangha ang aking nanay?

Well, she is! She is smart and funny, strong and patient, kind and beautiful — she's amazing!
Oo, siya ay kamangha-mangha! Siya ay matalino at masayahin, malakas at pasensyosa, mabait at maganda — nakakamangha talaga siya.

"Good morning, sunshine! It's time to rise!" I hear a soft whisper in my ear.

"Magandang umaga, anak! Oras na para bumangon!" Narinig ko ang isang malambing na bulong.

That's my mom, waking me up.
Iyon ang aking nanay, ginigising na niya

She gives me a million gentle kisses and hugs me tight, but I still cannot open my sleepy eyes.
Binigyan niya ako ng napakaraming munting mga halik at mahihigpit na mga yakap, ngunit hindi ko pa rin mabuksan ang aking mga mata.

"Mommy, I want to sleep," I mutter quietly. "Just for one more minute, please."
"Nanay, gusto ko pang matulog," mahinang bulong ko. "Isang minute na lang, pakiusap."

She kisses me more and more, but it doesn't help.
Hinalikan niya pa ako ng marami, ngunit hindi pa rin ako magising.

So she gives me a piggyback ride to the bathroom. She is so strong, my mom.

Kaya pinasan na lamang niya ako papunta sa banyo. Napakalakas ng aking nanay.

She keeps kissing and tickling me until I start laughing hard.

Ipinagpatuloy niya lang ang paghalik at kiniliti niya pa ako hanggang sa tumawa na ako ng malakas.

Opening one eye, I look at her.

Binuksan ko ang isa kong mata at tumingin ako sa kanya.

"Is that a new dress? You look so pretty!" I exclaim and wake up right away.

"Bago po ba ang bestidang iyan? Ang ganda niyo po!" bulalas ko at gumising na ako nang tuluyan.

Mom smiles. She is really beautiful. I like her dresses, her shoes, and how she does her hair.

Ngumiti si nanay. Napakaganda niya talaga. Gusto ko ang bestida niya, ang sapatos niya, at ang kanyang buhok.

"Can you make me something fancy today?" I ask, a glimmer of hope in my eyes. "The braid we saw yesterday on the TV show, can you do something like that?"

"Maaari mo po ba akong ayusan ngayon?" tanong ko na may kislap ng pakiusap sa aking mga mata. "Iyong nakita po nating tirintas sa telebisyon kahapon, maaari po bang ganon ang gawin niyo sa akin?"

I know that she can do anything. My mom is awesome.

Alam kong kaya niyang gawin ang kahit na ano. Ang nanay ko ay kamangha-mangha.

Even if she doesn't know how to do something at first, she continues to try until she succeeds. She never gives up.

Kahit na hindi niya pa alam kung paano iyon gawin, sinusubukan niya lang ng paulit-ulit hanggang sa magtagumpay siya. Hindi siya sumusuko.

My Mom twirls and weaves my hair until it's a beautiful braid running behind my head.

Ilang ikot at kumpas lang ng mga daliri ni nanay, naging napakaganda na ng pagkakatirintas ng aking buhok.

I'm so thrilled to go to class with my new hair. I can already imagine my friends' reactions. I'm sure Amy will love it.

Sabik na akong pumasok sa eskwelahan sa bago kong buhok. Nahihinuha ko na ang mga magiging reaksyon ng aking mga kamag-aral. Paniguradong magugustuhan ni Amy ang buhok ko.

"Your hairstyle is so cool! I saw the same one on TV yesterday!" Amy jumps with excitement. "Who made it?"

"Ang ganda naman ng buhok mo! Nakita ko rin yan sa telebisyon kahapon!" sabik na sabi sa akin ni Amy. "Sino ang nagtirintas sa iyo."

"My mom!" I say proudly.

"Ang aking nanay!" pagmamalaki ko.

As Amy starts exploring my hairstyle closely, more and more girls join her.

Habang binubusisi ni Amy ang aking buhok, nagsidatingan pa ang ibang mga batang babae.

"It's a reversed braid!" Amy announces, after a couple of minutes. "With a twist!"

"Binaligtad na tirintas iyan!" ang bulalas ni Amy makalipas ang ilang minuto, "At mas maganda pa!"

I hear other voices. "It's so cool!" "It looks complicated!" "It probably took a lot of time!"

Narinig ko pa ang ilang mga boses, "Ang galing! Siguro ang tagal gawin niyan!"

Finally Amy asks, "Can you ask your mom to teach my mom to make this braid?"

Sa wakas ay natanong ni Amy, "Maaari mo bang sabihin sa iyong nanay na turuan niya ang nanay ko kung paano gawin ang tirintas na iyan?"

"Sure! She…" I start to say, but the bell interrupts me and Mr. Z enters the class.

"Oo naman! Siya…" panimula ko, ngunit tumunog ang kampana ng paaralan at pumasok na sa silid-aralan si Ginoong Z.

Usually I love math, but today it's just terrible.

Kadalasan, gusto ko ang matematika ngunit ngayong araw ay hindi.

"We are going to learn about fractions," says Mr. Z, while filling the board with strange drawings.
"Pag-aaralan natin ngayon ang tungkol sa praksyon," sabi ni Ginoong Z, habang may iginuguhit siya sa pisara na hindi ko maintindihan.

Why is it so complicated? Halves, thirds and fourths ... my head is going to explode.
Bakit napakakumplikado naman? Kalahati, ikatlong hati at ikaapat ...parang sasabong na ang ulo ko.

I don't give up though; I ask questions, exactly like my mom would do.
Ngunit hindi ako sumuko. Nagtanong ako tulad ng itinuro sa akin ng nanay ko.

Mr. Z explains one more time and after, he shows us a fun video about fractions.
Ipinaliwanag ulit ni Ginoong Z ang aralin at ipinapanood niya sa amin ang isang nakakaaliw na bidyo na tungkol sa mga praksyon.

"Next, we'll play a game," he announces. "We'll find fractions in our classroom."
"Ngayon ay maglalaro naman tayo" sabi niya. "Maghahanap tayo ng mga praksyon sa silid-aralan."

But my favorite part of this class is when Mr. Z gives us small colorful jellybeans. We divide them by color.

Ngunit ang pinakapaborito kong parte ng klase ay noong binigyan kami ni Ginoong Z. ng mga maliliit at makukulay na kendi at hinati-hati naming ang mga iyon ayon sa kulay nila.

I think I understand fractions much better now, but I still don't feel comfortable with all these strange numbers.

Sa tingin ko ay naiintindihan ko na nang mas maigi ang mga praksyon ngayon ngunit nalilito pa rin ako sa mga numero.

At recess Amy and I run to our favorite place to play. The monkey bars! I love to climb up and hang upside-down.

Nang oras nang reses ay pumunta kami ni Amy sa paborito naming palaruan — ang lambaras. Gustung-gusto kong umakyat at sumabit ng nakabaligtad doon.

But today on my way to the monkey bars, somehow my jeans get caught in a bush and tear right on my knee.

Ngunit nang papunta na kami doon ay natamaan ko ang ilang mga matatalas na damo at napunit ang aking pantalon sa may parteng tuhod.

I almost burst into tears. "These are my favorite pair of jeans. Look, the tear is huge."

Mangiyak-ngiyak ako. "Ito ang paborito kong pantalon. Tingnan mo, ang laki ng punit."

Finally I'm home and Mom's back from work. She always understands what I feel.

Sa wakas ay nakauwi na ako at kakauwi lang din galing sa trabaho ni nanay. Lagi niyang naiintindihan ang nararamdaman ko.

"How was your day, sweetie?" her voice full of care. She wraps me in her arms and continues asking questions until I share everything with her.

"Kumusta ang araw mo, anak?" puno ng pagkalinga ang boses niya. Niyakap niya ako at tinanong niya nang paulit-ulit hanggang sa magkwento ako sa kanya.

I spill to her all about fractions, the tear in my jeans and how frustrated I feel.

Ikinwento ko sa kanya lahat mula sa praksyon, nung mapunit ang pantalon ko at kung papaano ako nadismaya dahil dito.

Mom always finds a solution to any problem.

Laging may solusyon sa kahit na anong problema si nanay.

"What shape do you want to cover your tear? Heart or star?" Of course I choose a large pink heart.

"Anong hugis ang gusto mo para takpan ang punit? Puso o bituin?" Pinili ko ang malaking puso na kulay rosas.

She sews a heart-shaped patch over the hole on my torn jeans, so no one will notice the hole underneath. How cool is that?

Tinakpan niya ng kulay rosas na hugis puso ang punit sa pantalon ko upang walang makapansin na may butas iyon. Ang galing hindi ba?

"Oh, thank you, Mommy," I exclaim happily. "These jeans look so fancy now. Let's put another patch here!"

"Salamat nanay," masayang bulalas ko. "Napakaganda na ngayon ng aking pantalon. Maglagay pa ulit tayo ng puso rito.

We work together and design my new cool outfit.
Tinulungan ko si nanay na magtahi upang idisenyo ang bago kong pantalon.

We sew two smaller heart patches on my jeans and one larger heart on my T-shirt.
Nagtahi pa kami ng mas maliit na puso sa pantalon ko at isang malaking puso sa damit ko.

"Look, now you have new jeans and a matching T-shirt," she says.
"Tingnan mo, ngayon ay mayroon ka ng magkapares na pantalon at damit," sabi niya.

"Mom, you're my hero!" I announce, hugging her tight. We both start laughing loudly.
"Nanay, ikaw ang tagapagligtas ko!" sabi ko at niyakap ko siya ng mahigpit. Tawa kami nang tawa.

Then she pulls me into the kitchen. "It's a time for something sweet. Let's make cupcakes. But we need to use fractions in order for this to work."
Dinala niya ako sa kusina. "Oras na para kumain ng matamis" gagawa tayo ng mga cupkeyk. Ngunit kailangan nating gumamit ng praksyon para magawa natin iyon.

"Don't be afraid," Mom says softly. "We'll make it together."

"Huwag kang matakot," malambing na sabi ni nanay. "Magtutulungan tayo."

I take a deep breath and open Mom's big cooking book.

Huminga ako nang malalim at binuksan ang malaking libro ng mga resipe ni nanay.

"For five cupcakes you'll need a quarter cup of flour," I read.

"Para sa limang cupkeyk, kailangan ng sangkapat na tasa ng harina," basa ko.

"We'll make fifteen cupcakes, for Daddy also," Mom says, "so we need..."

"Gagawa tayo ng labinlimang cupkeyk para rin sa tatay mo," sabi ni nanay, "kaya kailangan natin ng..."

"Three quarter cups of flour!" I exclaim happily. "It's easy!"

"Tatlong sangkapat na tasa ng harina!" tuwang tuwang sagot ko. "Napakadali."

When the evening comes, Mom tucks me in my bed, covers me with my butterfly blanket and says, "I love you, pumpkin."

Pagsapit ng gabi, inayos na ni nanay ang higaan ko at kinumutan niya ako ng paru-parong kumot ko at sinabi niya, "Mahal kita, anak."

"I love you, Mommy," I whisper with a big yawn fluttering my eyes shut. As I think about the wonderful day we had, I fall asleep.

"Mahal din kita, nanay," bulong ko habang humihikab at papikit na ang mga mata. Habang iniisip ko ang mga magagandang nangyari ngayong araw, nakatulog na ako.

I wake up in the morning, because I feel warm kisses on my face and hear a gentle voice: "Good morning, sweetie. It's time to rise and shine."

Nagising ako kinaumagahan dahil naramdaman ko ang munting mga halik sa aking mukha at isang malambing na boses ang narinig ko, "Magandang umaga, anak. Oras na para bumangon."

My eyes are still closed but I feel her near me. She strokes my hair and it feels wonderful.

Nakapikit pa ako ngunit ramdam kong malapit siya sa akin. Hinaplos niya ang buhok ko at napakasarap sa pakiramdam iyon.

I love my mom. She's awesome. When I grow up, I want to be exactly like her!

Mahal ko ang nanay ko, kamangha-mangha siya. Paglaki ko, gusto kong maging katulad niya!

And guess what? Your mom is awesome too. Make sure to give her a hug to let her know how amazing she is!

At hulaan mo? Kamangha-mangha din ang nanay mo. Siguraduhin mong yayakapin mo siya at ipapaaalam at ipaparamdam mo sa kanya kung gaano siya nakakamangha!

www.ingramcontent.com/pod-product-compliance
Lightning Source LLC
Chambersburg PA
CBHW061140070526
44584CB00033B/4372